தொடுதலின் தூரங்கள்

கனி

aelay publish

aelay
publish

தொடுதலின் தூரங்கள்
கவிதை
ஆசிரியர் : கனி 2022 ©
முதல் பதிப்பு : அக்டோபர் 2022
வெளியீடு : ஏலே பதிப்பகம்
5/175, பாத்திமா நகர், கூத்தென்குழி,
திருநெல்வேலி - 627104
தொடர்புக்கு : +91 9944992571

Thoduthalin thoorangal
Poetry

First Edition : October 2022
Pages: 96
ISBN : 978-93-5533-640-8
Aelay Publish
Contact : +91 9944992571
Designed by : Aelay publish team

நான்

"இந்த தொடுதலின் தாக்கங்கள் ஒவ்வொரு வருக்குள்ளேயும் கடந்திருக்கலாம். இல்லை உங்கள் மனதை அலுப்பூட்டுவதாக இருக்கலாம். எந்த நிலையிலும் என் மனதிற்கு பொருந்தாத எதையும் நான் வருத்தமாக சேமிப்பதில்லை. ஒருவரின் உணர்வில் இக்கவிதைகள் அர்த்தம் பெருமெனில் அடுத்த நிகழ்வுக்கு என்னை கடக்கச் செய்கிறது.

அத்தருணம் இன்னும் என் பரிமாணங்கள் எவ்வளவோ இருந்தாலும் இதை எழுதப்பட்ட ஒவ்வொரு தருணமும் உங்களுக்கானது என நீங்கள் உணரும் தருணம் வேறெதையும் விட ஆறுதல் அளிப்பதாக இருக்கப்போவதில்லை. என்னை போன்றவர்கள் ஒரு படைப்பாளியாக தொட வேண்டிய தூரங்கள் உயிரோடி கொண்டிருந்தாலும் அவ்வளவு எளிதல்ல. பல நாட்களாக என் அறைகளில் வரையறுக்கப்பட்ட இந்த எழுத்துக்களுக்கு ஏலே பதிப்பகம் வடிவம் கொடுப்பது என்னை இன்னும்
எழச் செய்கிறது.

- கனி

நிரப்பப்படாதது

●●●

"நிராகரிக்கும்
மனங்களும்
வலிகள் ஏற்படுத்தும் வார்த்தைகளும்
எவருக்கும்மானதல்ல
மற்றோரு
விடியலுக்காக
அடைகிறது..
இந்த பொழுது
யாருக்கென்று
தெரியாமல் ! "

புறக்கணிப்பு

●●●

என் காலடி
தடங்கள்
பதிந்த
இந்த ஊரின்
பூமியில்;

என்
ஆன்மாவின்
குரலோடு
கலங்குகிறது;

நெடுங்காலமாய்
துயரங்கள்
எழுப்பும்
கேள்விகளோடு!

உனக்கும்
சொல்ல நினைக்கும்
பதிலோடு
முடிவுறாத
தடங்களோடு
ஓரிடம்
தேடிக்கொள்கிறது;
தனிமை

யாரோ
எப்போதோ
பரிமாறிய
பிசுகுகளுக்காக..

பிரியங்கள்
தேடி நிறையும்
இவ்வுலகில்
நிராகரிப்பு
நிகழும்
நாட்களாகவே
உடைந்து கூடும்
விசமிகள்
தாராளம்
இப்பூமியில்.!

விசுவாசமாய்
இருக்கும்
எனது
வார்த்தைகள்
நிராகரித்த
நிலையில் தான்
இதுவரை
தொடர்கிறது..

எடுத்துக்காட்ட
அவகாசமேதுமின்றி
நிகழும்
இந்த
காலங்களிலும்;

உடைந்து சிதற
ஓர் இரவோ
பகலோ
போதுமானதுதான்!

குற்ற
உணர்வுகளிலிருந்து
விடுபட்டு
நம் பற்றி
தொடர
நாளை
அஸ்தமிக்கும்
அந்த பொழுது
போதுமானதா.!

பிறர் முகங்களில்
உறுதி செய்யும்
நம் உறவுகளை
உணர்வதற்குள்

வந்தடைகிறது
புறக்கணிப்பும்
வெறுப்புகளும்;

இன்னும்
வாழ்ந்து
முடிக்காத
நாட்களை
இணங்கித்தான்
போய் விடுகிறது
பயனற்ற
அச்சுறுத்தும்
வேதனைகள்..

கலைந்து செல்லும்இந்த நாட்களை
விரோதங்களின்றி
கடந்து செல்ல

நம் வெற்றிடங்களை
நிரப்ப காலம்
இனி
நமக்கில்லையென்ற
நிலை போது (ம்)மே..

நான்
இனி
இல்லையென்ற
நிஜத்தை,
என்
மரணம்
மட்டுமே
நிகழ்த்தும்;
அவை
என்
ப்ரியங்களுக்கில்லை!

எளிதாகத்தான்
இருக்கிறது
வாழ்வதற்கு;
இந்த
உலகம்
நமக்கில்லையென்று
உணரும் போது!

பேசாத உறவு

●●●

வறுமை
தொட்ட
வீட்டிலும்
நிராகரிப்பின்றி
வசதியோடுதான்
இருக்கிறார்கள்;
எல்லா
கடவுள்களும்!

நிகழும் நாட்களில்

●●●

என்னைவிட
என் நினைவுகளின்
உலகம்
மிக அதிகம்!

பெரும்பாலான
நாட்களில்
என்னோடுதான்
பயணித்து
கொண்டிருக்கிறது
நானெங்கும்
இல்லையெனினும்..!

எனக்காக
நிகழும் அவை
நான்
அனுமதிக்கத்தான்
வேண்டுமா?
நானில்லாமல்
நடந்து விடும்
போது!

ஒவ்வொரு
முறையும் முழுமையாக
உணர்வதற்குள்
நிகழ்ந்து
முடிகின்றன
நேற்றும்
அதற்கு
முன்னும் கூட!

குறைபாடுகளுடனே
பெறப்படும்
இந்த நினைவுகள்
யாருக்குமே
உதவ இயலாதவையாக
போய் விடுகிறது
எனக்கும் கூட.,

பிரியங்களுக்காக
காத்திருக்கிறது
இந்த
உடல்கள்;
நிரம்பி ததும்பும்
நிலை இருந்தும்
மிச்சமிருக்கும்
நாட்களை..

கடப்பதற்கு
இல்லையென்ற
அச்சத்தோடுதான்
நினைவூட்டி
நகர்கிறது!

நிச்சயமாக
நேற்று நடந்த
ஒரு சம்பவம்
மட்டுமே
வலியோடு
நம்மோடு
படர
இருப்பதற்கில்லை..

இப்போது
வரை இது
எனது
வாழ்க்கையென
எதிர்புகளின்றி
இன்னும்
நிகழவில்லை...

இனி
நான்
அனுமதிக்கத்தான்
வேண்டுமா?
கூச்சங்களின்றி
வரவழைத்து
கொள்கின்ற..
குறைகளின்
கீழ் இருப்பதை !

நான்
தயாராகத்தான்
இருக்கிறேன்!
நம்பிக்கையின்
கேள்விகள்
பூரித்திசெய்ய
திசை
திறக்குமென்று..!!

நிஜங்கள் மலர

●●●

" நல்லா
இருக்கிறாயாயென
கேட்பதற்கு
பலபேர் !
என்னை
நல்லா
வைத்துக் கொள்ள
உன்னைத் தவிர
வேறு
யார் !"

முதல் சுவாசம்

●●●

நம் ஆர்வத்தில்
தொடங்கிய
முழுமையுற்ற
பிரசவத்தின்
முதல்
சுவாசமாய்
நம் உறவு;

அழகாக
இருக்கிறது.
அழும் குரலும் ;
வஞ்சகமற்ற
சிரிப்பும்;

யார் அழைத்தும்
திரும்ப
இயலவில்லை ;
உன் செயல்
காட்சிகளில்
நிரம்பி
தவிக்கிற
மனது!

அருகாமையில்
தவிப்புகள்
பெருகிய
தாயின் உடல்
வழக்கத்தை விட
வசீகரம்
அடர்ந்து
படர்கிறது
சின்னதாய்
சிரிப்பு கூட

ஆனந்தமாய்
நீர் சுரக்கிறது
எஞ்சிய
நேரங்களில்
நம் புரிதல்கள் ;

அலைவுறும்
உறவின்
அடையாளங்கள்
கரங்கள் பற்றி
பரிமாறும்
இவ்வேளையில்
இது போல்
நமக்கென
வாய்ந்திடாதா
ஒரு பொழுதென

ஏங்கி தனியும்
தாய்மையற்ற
ஒருத்தியின் நிலை

பிரவேசிக்க
முடியாத
காலத்தின் தேடலில்
கனிந்து விட்ட
இந்நாளை;,

பிரார்த்தனை
குரலோடு
அமர்ந்திருக்கிறேன்.
எதிர்வரும்
முகங்களிடம்
கண்ணிரால்
புன்னகைத்தபடி...

தாழிடப்பட்ட
கதவிடையில்
என் துணைவியின்
முகம்
குற்றச்சாட்டுகளோடு
நகர்ந்த நாட்கள்
இனி
தனக்கில்லையென்றவாறு
தன் தலையணையை
ஈரப்படுத்துகிறது;

நானில்லாத
பொழுதுகளில்
வருத்தங்களோடு
மட்டுமே
பேசி போன
உன்
கண்கள்
இனி
அப்படி
இருப்பதற்கில்லை!

யார்
நினைப்பதுமின்றி
என்
பிரியங்களிடமிருந்து
எப்போது
நீ
விடுபட்டதற்கில்லை;

வார்த்தைகள்
வராத
உதடுகளோடு
என்
மழலையின்

உடலில்
தடுமாறி
ஈரமாக
விழுகிறது
என் சேமிப்பின்
பிரியங்கள்!

இத்தனை
காத்திருத்தலுக்குப்பின்
என்
விரல் பிடித்து
வழிநடக்கும்
எனதடையாளத்தின்
குரல்
காதில் ஒலிக்க
இந்த பொழுதை
இப்படியே
இருக்க
நான்
என்ன செய்ய..

நம்
பெற்றுக்கொள்ளபட்ட
இந்த
ப்ரியங்கள்
விடிந்திருக்கும்
பொழுதிலும்
நிகழ்ந்திட

எந்த காலத்தினிலும்
வாக்குறுதிகளில்
விசுவாசமாயிருப்பதே..

எங்கும்
எத்தனை முறையேனும்
நான்
சென்றுவரலாம்;
முன்பு போல்
உன்னை
தவிக்க விடாது
இனி இந்த
நாட்கள்...

ஆர்வம்

●●●

" என்னுடனான
நாளை
வாழ்க்கையை
நீ
எண்ணிக்கொண்டிருக்கலாம்;
என் பயணம்
வீடு
வந்தடைவதற்குள் "

இப்போதும்

●●●

நல்லவர்களாகவே
வாழ்வோம்;
இருக்கின்ற வரை
இதை
சொன்னதும்
நீயே !

மழைப் பொழுது

●●●

தூரத்து
மேகங்களில்
தூரல்பொழியும்
மழைகள்
உடலில் படர்கிறது!

நானில்லாத
இந்த பொழுதுகளில்
இருக்கமாய்
பிரகாசிக்கும்
எனது நாட்கள்,
இந்த தனிமையில்
உருவாகும்
தவிப்புகள்
அழிக்கப்பட்ட
பாதையில் கூட
பாதங்கள்
எங்கே
போய் சேரும்?
பிரியங்கள்
நிறைந்த
இருப்பிடங்களை தவிர...

எனக்குள்
பதிவு செய்த
ஒரு ஞாபகம்;
நான்
விரும்பும்
தொலைவைவிட
என்னை
அழைத்துச் செல்கிறது.. !

என்னை
பற்றியே போகும்
இந்த
மழை பொழுதுகள்
எல்லா
நாட்களுகலும்
எனக்குள்
இருப்பதில்லை. !

பெரும்பாலான
தனிமையில்
உலர்ந்து போன
உடலில்
எதுவும்
நிகழவில்லை
என்றாலும்

ஏதோ ஒன்று
நிகழ்ந்து கொண்டிருக்கிறது!
என்
மொழிகளோடு .. !

தன் நிறைவு

●●●

உரிமைகளின்றி
வரவைத்துக் கொள்கிறோம்.
தெரிவதற்கு
முன்
தெரிந்து கொள்ளும்
ஆர்வத்தை...

இருப்பது

●●●

தீர்வதற்க்கு
முன்னே
இந்த உறவுகள்
தருவது
பாவனைகளை
மட்டும்தானே..!

தீரக்கூடாத பொழுதுகள்

உன்
செவிகளுக்குள்ளே
கேட்டுக்
கொண்டேயிருக்கும்
உண்மை பேசும்
உன்
உரையாடல்கள்..!

காற்று தயங்கிய
இடம்
உன் பாதங்கள்
போக
துடிக்கும்;

முத்துக்கள்
பிறக்காத
உன் பொய்யற்ற
சிரிப்புகளில்

உலகம்
இன்னொரு
முறையும்
பிறக்கவா
வேண்டும் ?

தவறுகள்
தெரியாத
உன்
செயல்களுக்கு
என் உயிரும்
கால்பந்தாக
மாறினாலும்,
என்
சம்மதமே!

கோபங்கள் வந்தால்
யாரையுமே
நீ தண்டிப்பதில்லை
உன் கண்களால்
அழுது கொள்வதை
தவிர;

என் ஆனந்தத்தின்
முதல் அனுபவம் !
என் விரல்பிடித்து
என்னிடமே
நீ
வந்தபோதுதான்;

கதவு விலகும்
இடையில்
நீ
கண்சிமிட்டி
சிரிக்கும்
சிரிப்பில்
என் தாயின்
சாயலை
உன்னிடம்
ஒப்புக்கொள்வதற்கு
இதை விட
வேறொரு
நாள்
ஏது?

நெகிழ்ந்து போன
உன் செயல்களில்
நிரம்பிக்
கொண்டிருக்கிறது
என் இதயம்;
உன் பிரிவுகள்
நிறைந்த
பொழுதுகளில்
வருத்தங்களோடு;
ஓடி வருவேன்
உன் இருப்பிடம் தேடி!

ஏதேதோ
செய்து கொண்டிருக்கும்
உன் நிகழ்வுகள்
எனக்குள்ளே
கடந்தோடுகிறது
ஏன் என்று
கேட்காத
வருத்தங்கள்
ஏதுமில்லை
இனியும்
ஏதுமில்லை !

மறுபடியும்
மறுபடியும்
எவரிடமும்
ஒரு செய்தி
நான் சொல்வதற்கு
உன்னைத் தவிர
வாய்க்காது
எனக்கொரு
நாள்;

"புதையுண்டு
போகிற
எனதுடல்
எஞ்சியிருக்கும்
காலங்களில்
ஆவலாய்
உன்னோடே
நிரம்பி
தொடரலாமென்கிறது
என்
முகங்கள் ;"

நிஜங்களின்றி

●●●

" மின்சாரம்
தடைபட்ட
ஓர் இரவில்
பயங்கள் பற்றிய
குழந்தையிடம்,
குற்றச்சாட்டுகளோடு
பதிவு செய்கிறேன் !
ஓர்
நிலாவின்
கதையை "

தவித்த நாட்கள்

●●●

வண்ண
வண்ண
உடையணிந்து,
இன்னும்
வாய்க்காதா
இந்தக் காட்சிகள்
மனம்
பிரவேசித்து
ஓட ;

அந்த
மரணவலி
நிகழும் போது
தன் விருப்பம்
தொலைவில்
செல்ல
தவிப்போடு
சம்பிரதாயங்கள்
படர்ந்து கொண்டது.
அந்த நாளில்..!

பிரகாசிக்கும்
பொழுதுகளெல்லாம்
இரக்கமற்று
இருண்டு கொண்டே போனது.
எனது
அறையெங்கும் !

என் தனிமைகள்
உருவாக்கும்
தவிப்புகள்
அத்து மீறி
தாய் மடி வர
போதுமானதாயில்லை ;

பிறியங்கள்
நிறைந்த
இருப்பிடத்தில்
யாரும்
மீறுவதாகயில்லை.
சம்பிரதாயங்களை ;

விட்டுச் சென்ற
நேற்றைய
மீதி விளையாட்டில்
இன்று
என் இடத்தில்
வேறு யார்

இருப்பாரென்ற
வருத்தங்கள்
தொடர்ந்து
கொண்டேதான்
இருக்கிறது.!

மீதமிருக்கும்
வாழ்வோடு
இசைந்து
போய்விட
நம்பிக்கை
படர்கிறது
ஜன்னல்
கடக்கும்
பறவையின்
பயணம்

குற்றம்
அறியாத
என் புன்னகை
எனக்கு
இயலாதவையாகவேயிருக்கிறது;

கூடு அடைத்த
எனது
நாட்களில்
பகிர்ந்தளிக்க
ஓர் இதயம்
வேண்டும் ;

பொய்யான
உரையாடலாக
இருந்தாலும்
குறுகிய
வாழ்வெல்லைகளிலிருந்து
தீட்டுகள்
மறைத்து
வெளிவந்த
எனது நிலையை !

அருகிலோ
நீண்ட
தூரங்களிலோ
யாரோ
ஒருவனுக்கு
அனுமதிக்கப்படும்
எனது
வாழ்க்கை;

நிராகரித்து
செல்ல முடியாமல்
தவித்தே பயணிக்கும்
ஞாபகங்கள் :
தொட்ட
என்
நாட்கள் ;

கடந்து போனவை

●●●

நள்ளிரவிலும்.
ஓய்வு கொள்ளும்
உடலில்
மறுப்பின்றி
வந்து
நிற்கின்றது
நினைவுகள் :
எப்போதோ
நிராகரிக்கப்பட்ட
நிகழ்வுகளோடு !

பயங்கள்

●●●

" என்னவாக
இருக்குமென்ற
அச்சுறுத்தலோடுதான்
கடக்கப்படுகிறது
ஒற்றை
பனை மரத்தின்
சலசலப்பை ! "

இன்னும் இருக்கிறது இந்த பொழுதுகள்

●●●

யாருமில்லாத
நேரத்தில்
நாலுகால்
அறைக்குள்
ஆடை அவிழ்த்து
அருவருப்பு
நிறைந்த

வாசனையோடு
எனக்குள்
நீ
ஊர்ந்த போது ;

எங்கு மில்லை
உனக்குள் தான்
இருப்பதாக
உணர்ந்தேன் ;
என்
உரிமையை!

இரண்டு கிழமை
கடந்து போய்
தேனீர் கடையில்
செய்திதாள்
வாசிப்பது போல்
நீ
முகம் மறைக்கையில்
ஆடை மூடிய
என் உடல் ;

கெரசின்
விளக்காய்
எரிந்தது :
முதல்
இரவில்
பழகிய
என் உடலை ;

அருவருப்பூட்டு
நிறைம்பிய
பார்வையோடு
நீ
திரும்புகையில் ;

கனமற்ற
என் இதயத்துக்கு
உன்னைப் போல்
நிராகரிக்கும்
வலிமை
இல்லை
என்னிடம் ;

குறுகிய
இந்த
வாழ்வெல்லைக்குள்
நீ
பழகி பகிர்ந்த
உடல்கள்
இன்னும் எங்கேனும்
இருக்கக் கூடும் :

சாட்சிகள்
இயலாத
பட்சத்தில்
ஞாபகங்களே
போதுமானதாக
கூடும்
அவர்களுக்கு ;

புறக்கணிக்கப்பட்டு
பின் கடும்
வேண்டு கோலுடனும்
ஏற்றுக்கொள்ளப்பட்டது;
எனது
உடலில்
உன்
அடாவடித்தனத்தை!

உற்றுப் பார்க்கும்
உன்
கண்களால்
தவிப்போடு
முந்திக் கொண்டு
ஒட்டிக்கொள்கிறது.
ஆதரவற்றுப் போன
என்
பயங்கள்..!

உன்
ஆர்வத்தில்
தொடங்கி போன
இந்த
தடயங்களுக்கு
எழுதபடாமலே
கிசு கிசுத்துக்கொண்டே
இருக்கும் :
இனி
காலங்களில்;

நம் ரகசியங்களை
ஒப்பிட்டுக் காட்ட
எத்தனையோ
வழிகள்
இருப்பினும்

உனக்காகவே
சொல்லக்கூடும்
இந்தச் சொல்..!

யாரையும்
அனுமதிக்க
முடியாத
எனது நாட்கள்
பதற்றத்துடனே
விடிகிறது ;

அத்து மீறி
நுழைந்த
ஆசைகள்
எப்போதையும் விட
இப்போது
கடுமையாக
இருக்கிறது ;

நீ மட்டுமே
அடையாளமாகிப்போன
என் உலகில்
நீ
பெற்றுக் கொள்ளாமல்
விட்டு விலகும்
என்
பிரியங்களை

நீண்ட
காத்திருத்தல்களுக்கு
பின்னாவது
உறுதி செய்யும்
இனி
எஞ்சிய நாட்கள்
நம்
பகிர்தல்களை !

கோடுகள்

●●●

என் பால்ய
நினைவுகளிலிருந்து
முற்றிலுமாக
முடிந்து
விடவில்லை
நம் நட்பு!

" பிரியமான
முகங்களிடமிருந்து
வழிந்தோடும்
அக்கறைகளோடு
உன்
விருப்பங்களும்
உறுதி செய்தபடி
என்னோடு
கூச்சம் தொடும்
வயதை
முகர்ந்து
விட்டோமென்பதை
நினைவூட்டுகிறது
பருவம் ; "

குழந்தை
பருவ
பால்ய நினைவுகளை
தொடரத்தான்
போராடிக்கொண்டிருக்கிறோம்
நீயும்,
நானும் !

புரிதல்

●●●

'என்
மொழிகளோடு
வசிக்கும் போது
எல்லா
நேரங்களிலும்
இருப்பதில்லை
இந்த
மௌனம் :

நீயும்
நானும்
முதல்
சந்திப்புகளிலே
முக்கியமென
உணரும்போது ';

சகிப்பு

நெடுநாள்
கண்டிராத
தூரத்து
உறவின்
நலனும்
அறியப்படுகிறது ;
துயரம் பற்றி
பேசும்
மரண வீட்டில் ;

நிலையற்ற ஒருத்தியின் நாட்கள்

●●●

வாக்கப்பட்டு
வந்ததாக
நினைத்துக்
கொள்ளாதே :
சம்மந்த மில்லாத
வாழ்க்கையில்
என் உடல்கள்
ஒப்பந்தமாகி
போயின ;

பொருட்படுத்தவேயில்லை
தயங்கி
தயங்கி
வந்த
என் வார்த்தைகளை ;

புகையின் வாசனையிலும்
மதுவின் மயக்கத்திலும்
கூச்சப்படாத
உன் இரவுகளுக்கு
நிர்வாணமாகி
போயின
என்
உடல் ;

அரை நிலவு
வெளிச்சத்தில்
என் கண்கள்
கரையும் போது கூட
கண்ணீர் துடைப்பதாக
கன்னங்கள் தடவி
அணைத்துக் கொள்கிறாய்
நிச்சயமாக
உணர முடிகிறது ;
ஆருதல்
இல்லையென்று !

என்
களைப்பில் கூட
முகம்
சுழிக்காமல்
முகர்ந்து
கொண்டிருப்பவனிடம்
புதிய
அனுபம்
என்ன
இருக்கப்போகிறது ?

தொலைந்து போன
ஒருவனுக்கு
ஊன்று கோல்
வாழ்க்கையை
ஏற்படுத்திய
உறவுகளை
இனி
எந்த மொழியில்
சபித்துக் கொள்ள ;

ரசனையின்றி
செத்துக்கிடக்கிற
எனது நாட்களில்
உடுத்திக் கொள்ள
இன்னொரு ஆடை
எடுத்துக்கொண்டு போகிறேன் !

நிச்சயமாக
இன்னொருவனை
தேடியல்ல :

ஆசைகள்
நிறைந்த
உலகம்
தேங்கிக்
கிடக்கிறது
தேடிக்கொள்ள ;

கோணம்

●●●

உலகின் முன்
நிர்வாணமாய்
இருப்பது போல்
இருக்கிறது
இந்த இருப்பு;

'கூட்ட நெரிசல் மிக்க
பேருந்தில்
நச்சுக்காற்றாய்
என் உடலை
முகர்கிறது
சில
முகங்கள் ;'

பரபரப்புச் சாலை

●●●

" வருத்தங்களோடு
ஒளிந்திருக்கும்
கனவுகளை
விரோதங்களின்றி
வெற்றிடங்களாக
நிரப்புவதற்கு
உத்தரவாதம் கூட
இருப்பதில்லை
இந்த
அச்சுறுத்தல்கள் ;'

மறுப்பின்றி

●●●

உன் முகம்
பார்த்த பின்
வீட்டில்
இருக்க
மனமில்லை
எனக்கு :

உணர்வு
திகைப்பு
நிறைந்த
உச்சத்தில்
நான் !

சலவை செய்த
ஆடை அணிந்த
உடல்
அவசரமாய்
கதவை
திறக்கிறது :

எத்தனை முறை
மறுத்திருக்கிறது
எனக்குள்
இப்படி
வருவதற்க்கு
வாய்ப்பில்லையென்ற
மனம்
தெருவில்
அழைகளிகிறது !

உனக்குள்
என்னை
தேடுகையில்
விரையும்
வாகனங்களுக்கிடையில்,
எப்படி
தப்பித்தேன்!
சிறு
காயங்களின்றி ;

உச்சி வெயில்
ஊர்ந்து வர
செம்மொழி கலந்த
ஆங்கில
உரையாடலில்
முளைத்து
வந்தார்கள்
சில பெண்கள் :
உன்னை
தவிர ;

கண்கள் ததும்பும்
கண்ணீரோடு
வீதிகள்
மாறி
மாறி
கால் சோர்ந்த போது

சகிக்க முடியவில்லை
எவர் முகங்களையும் :

பூட்டியே
கிடக்கிறது
என்
எல்லா நாட்களும் :

விழித்திருந்து
கலைத்தாலும்
கூட
உருகுகிறது
மரணத்தின்
மனம் :

தேடும்
பொழுதெல்லாம்
உணர்கிறேன் :
எப்படி
இப்படி
உனக்குள்
தொலைந்தேனென்று !

நீ மட்டும்
மிச்சமாகி
போன நாட்களில்
வந்து போனது ;
இன்னொரு
பொழுதும்
விடிகிறதென்று..!

வரும் நாட்களிலும்

●●●

சௌகரியங்கள் கூடி
இன்று
வர மறுக்கும்
வாழ்க்கை
நாளை
கிடைத்து விடுமென்ற
நம்பிக்கையில் தான்
நினைக்க
தோன்றுகிறது :
நினைக்க
தெரிந்த வரை ;

நீக்கலின்றி

●●●

" விலகிய
பின்னும்
இவ்வுடலை
விட்டுச்செல்ல
முடியாதவையாகவே
இருக்கிறது
இந்த வலிகள் !"

நரக நாட்கள்

●●●

எத்தனையோ முறை
கோபப்பட்டிருக்கிறேன் :
தகாத வார்த்தைகளால்
பேசியிருக்கிறேன்:

'பத்து நாள்
விடுமுறையில்
பிள்ளைகளை
அழைத்துக்கொண்டு
தன்தாய் வீட்டுக்கு போனால்
வீடு வாசல் மட்டுமல்ல
நானும் தான்
அலங்கோலமாகி போனேன் ! '

உன்னை விட்டு
பிரிந்திருக்கும்
ஒவ்வொரு முறையும்
தன் தாயை
பிரிந்து
தவிக்கும்
குழந்தையை போல் :
என் தவிப்பும்,
தேடல்களும்,

ஆசைகள் நிறைந்த
உலகம்
அவ்வளவு
எளிதல்ல
நீயில்லாமல் !

உன் இடத்தை
நிவர்த்தி செய்ய
நீ மட்டும்தான்
நீ மட்டுமே தான் :

அக்கம் பக்கத்தில்
பெருமை
செய்கிறேன்
என் வாழ்க்கை
உன்னிடத்தில்
வாழ்வதை

சத்தமில்லாமல் தான்
அழ வைக்கிறது
நீ
வரும் வரை
உன் நினைவுகள்...

உனக்காக வரும்
இந்த கண்ணீரில்
என் உணர்வுகளையெல்லாம்
உன் மார்பில்
முகம் சாய்ந்து
மகிழ்ச்சியான
மரணம் கேட்கிறது ;

ஈரப்படுத்தாத
உன் கண்கள்
அங்கு இருக்குமேயானால் சுட்டெரிக்கும்
வெயிலிலும்
நான் சாம்பலாகியிருப்பேன் !

"சிணுங்கும்
அலை பேசியை
எடுப்பதற்கு
முன்னே
மனம்
வேண்டுது
அழைக்கும்
குரல்
உன்
குரலாக
இருக்க
கூடாதா ?"

வரம்

●●●

துயரங்களின்
தாக்கத்தை
சில பல
நேரங்களில்
மற்றவர்களை விட
மனைவியே...
அதிகம்
பங்கிட்டு
கொள்கிறாள் ;

இனி செல்வதற்கு

●●●

'என்னை
வாழ வைப்பதற்கு கூட
உன்னை
எதிர்பார்த்து
காத்திருக்க
வேண்டியிருக்கிறது';

எஞ்சியவை

●●●

நான்கு செண்ட்
இடத்தில்
படுக்கையறை
சமையலறை
பூஜையறை
கழிவறை
குளியலறை
இவைகளை
தீர்மானித்த
பின்புதான்
மிச்சமீதி

இடம் இருந்தால்தான்
தீர்மானிக்கப்படுகிறது :
நலம் தரும்
மரங்களும் ;
அழகான
மலர்
செடிகளும் ;

பரிதவிப்பு

●●●

என்னுடன்
நான் இருக்கிறேன் :
என் வழியில்
ஏன்
போனாய்
என்னோடு !

திரும்பும் திசை

●●●

நடை பழகிய
காலம்வரை
அப்பாவின்
துணையோடுதான்
பதினேழு வயதில்
ஒரு பெண்ணின்
நட்பை
வாய்மொழி
வார்த்தையால்
கண்டித்த போது
வேண்டாதவராகவே
போனார் :
நிறைவு பெரும்
அவர்
பயணம் வரை !

' இல்லை
தெரியாது
மௌனம்
இப்படித்தான்
அவர் கேள்விகளுக்கு
அடையாளப்படுத்தி கொண்டேன்
என்னை ; '

வாங்க என்ற
அவளின்
உதடுகள்
வா போ
அவளுக்கான
வார்த்தைகள்
அடையாளங்களாக
போயின :

இருபத்திஎட்டு
வயதில்
தேநீரில்
கலந்த
என் கண்ணீர்
நாற்பத்தி எட்டை
தொடும் வரை
அவள்
நிறுத்துவதேயில்லை:

மற்றவர்களெல்லாம்
உறவாக
பார்க்கும் போது
நீங்கள் மட்டும் தான்
தன் உயிராக
என்னை
நேசித்தீர்கள் !

எதையோ
சொல்ல வந்த
வார்த்தைகளை
இப்போது
கேட்க
துடிக்கிறேன் ;
" சொல்வதற்க்காகவாவது
உயிந்தெழுந்து
வருவீர்களப்பா ! "

திரும்பி
பார்க்கும்
திசையில்
இன்னும்
இருக்கிறேன் :

என் பிள்ளை
என் விரல்களை
பற்றிக்கொண்டது
நீங்கள்
பழகிய
வாழ்வோடு
பயணிக்க ;

இரட்டிப்பு

●●●

" ஞாயிற்றுக் கிழமை
விடுமுறை
நாளென்று
தெரியவில்லை ;
குழந்தைகளின்
விளையாட்டில்
மழை !"

நிலை

●●●

இரு சக்கர
வாகனத்தில்
ஆணொருவன்
முதுகில்
தன் மார்பை
அழுத்தியபடி
நகரச் சாலையை
கடந்து கொண்டிருக்கிறாள்
பெண்ணொருத்தி ;

பெரும்பாலான
நேரங்கள்
இன்று
தனித்தே
இருக்கும்
அவர்களுக்குள்
தயங்கியபடி
தொடங்கக்
காத்திருக்கும்
விருப்பங்களை
உடைத்தெரிந்தது
மௌனம் :

அவன் என்ன
நினைப்பான் என
நினைக்கையில்
மீள்கிறாள் :
தன் நிலைகளுக்கே
அவள் ஒருத்தி ;

எதார்த்தம்

●●●

பக்கத்து வீட்டு
தாத்தாவின்
இறப்பை
சகிக்காமல் ;

"அப்பா
இன்னொரு
நாளைக்கு
நீயும்
செத்துப்போயிருவியா "

மகளின் - எதார்த்த
கேள்விக்கு
இல்லையென்றே
மறுக்கிறேன்
உண்மை அது
இல்லையென்ற போதும் !

தனிமை

●●●

பகிர்ந்து கொள்ள
இயலாத செய்திகள்
மௌனங்களாகவே
பேசுகிறது
தனி அறையில் ;

விரோதங்களின்றி
வெற்றிடங்கள்
நிறைந்த
பகிர்தல்கள் :

சில வருத்தங்களுடன்
இருக்குகிறது
சுவாசத்தை :

முதல் சந்திப்புகள்
நிறைந்த
நாட்கள்
தீரபோகும்
இந்த வாழ்வின்
கடைசி சந்திப்புகள்
அமைந்ததருக்கில்லை ;

கைகள் கோர்த்து
நான்
விரும்பிய
எனக்கு
பிடித்த
உரையாடல்கள்
தவறி விட்டது:
நகரும்
காலங்களில் ;

துல்லியமாக
இல்லா விட்டாலும்
உயிர்ப்பிக்கிறேன் !
என்
நினைவுகளால் சிலவற்றை ;

எப்போதையும் விட
கடுமையாக
இருக்கிறது
நீ
அருகாமையில்
இல்லாத
இந்த காலம் :

பலவந்தமாய்
பறித்துச் சென்ற
என்
திடங்களை
கத்துவதாய்
சத்தமிடுவதாய்
உருவாக்குகிறார்கள் :
என் மீதி
காலங்களில் ;

வர்ணங்கள்
தீட்டிய
நம்
புகைபடங்களில்
என் உயிரும்
உடைகிறது :

நீ
பிரவேசித்த
நியாபகம்
இன்னும்
மீதமிருக்கையில்
உன்னோடு நிரப்பபப்பட :

மௌனத்தின் வலி

●●●

கூப்பிடும்
தூரத்தில்
உறவுகள்
இருந்தும்
கலைந்திருக்கிறது :
யாரை
அழைத்துக்கொள்ளும்
இந்த
முதுமை !
தனிமையை
தவிர ;

இருப்பதற்க்கில்லை

●●●

"நெரிசல் மிக்க
சாலையில்
பரவசம் கூடும்
பயணத்தில்
கைவிடப்பட்ட
குழந்தை
கையை
பற்றும் போது
சாத்தியமில்லை

எவருக்கும்
உடன்
அழைத்துப்போக !
ஒரு ரூபாய்
அன்பளிப்பை
தவிர ;"

குறிக்கீடுகளும் சில வருத்தங்களும்

●●●

பிறப்பித்தலுக்கும்,
முடிவதற்க்கும்
இடையில்,
படர்கிறது
எனது நாட்கள் :

வேறெந்த
காலங்களையும் விட
உச்சத்தில்
நிற்க்கிறது
பருவம் தொட்ட
என் உலகம்!

தேடும்
பொழுதுகளை விட
அடைய துடிக்கும்
மனதின்
உலகம்
நீண்ட... தூரம் வரை
படர்ந்து
கிடக்கிறது :

முழுமையுற்ற
ஒரு சிலையின்
கண்திறப்பது போல்
ஒவ்வொரு நொடியும்
கரிசனமாய்
நகர்கிறது :
உலகமே
ஏழையாகிப் போன
தாயிடம் !

எனது
பக்கங்கள்
எத்தனை
சதவிகிதம்
தேர்ச்சி பெற்றாலும்,
எவைகளைக் கொண்டு
நீ..நீயானாய் !

இதயமும்
தெய்வமும்
உனக்கு
பின்புதானே ;

காண வேண்டும்
கோடி புண்ணியம்
என்பார்
மனிதர்களுக்குள் ;
புண்ணியமும்
தவம் காணும்
உன் தாய்மையில் ;

உன் அன்பை
சொல்லும்
தேர்வில்
முதலிடம்
பெற்றேன்
குழந்தையில் ;
இடையில் கண்ட
காலங்களில்
கடைசி வரிசையில்
இருந்து
கரைகிறேன் !

சில நாள்
வாழ்க்கையை
பார்த்தால்
வெறுப்பு
வருகிறது :

உன்னோடு
இருந்தால்
எதிர்ப்பு
வழுக்கிறது :

(உன்னைப் போல்
மன்னிக்கவும்)
அவளும்
ஒரு பெண் தானே !

நீ தனியே
அமர்ந்திருக்கும்
ஒற்றை
நாற்காலியில்
ஒரு தூணாக
இல்லாவிட்டாலும்,

காற்று வர
ஜன்னல்
திறக்கும்
சேவகனாக கூட
இருப்பதில்
தவறி
விட்டேன் ;

எந்த
ஆரவாரமின்றி
என் வீதி
வெறிச்சோடி
கிடக்கிறது :

என்விரல்
பிடித்து
நீ அழைத்துச் சென்ற வீதி
நினைவு கொண்டு
கொள்கிறது ;

நீ
தொடங்கி
வைத்த
வாழ்க்கை
உன்னை மறக்கவில்லை
மறுக்கப்படுகிறது ;

குற்றச்சாட்டுகளோடு
பகிர்ந்து விட்ட
நாட்கள்
இனி
என்னோடு
அனுமதிப்பதற்கில்லை !

நிரம்பி இருக்கும்
விருப்பங்களை
புறக்கணித்து விட்டு
வீடு சேர
இயலவில்லை ;

தனித்திருக்கும்
உன் பொழுதுகளோடு
முயற்சித்தும்
முடியாதென
உணர்கிறது
உன்
புலம்பல்கள் ;

உனக்கு
தர மறுக்கும்
என் பகிர்தல்கள்
வேறெந்த
நாட்களையும் விட
இன்று போல்
கனத்ததில்லை ;

எனக்குத் தெரியும்
உடைந்து
விடக்கூடும்.
இந்த உயிர்
ஒரு போதும்
நிலைப்பதற்கில்லை
இவ்வுலகிலென்று !
இம்முறை

எனது
செயல்களில்
குறிக்கிடாத
குரல்களோடு
கடந்தோடிக் கொண்டிருக்கிறேன் :

மன்னிப்புகள்
இன்று வரை
ஏற்றுக்கொண்டுதான்
இருக்கிறது
இவ்வுலகம் !

நிராகரிப்பின்றி இந்த பொழுதுகள்

●●●

வருத்தங்கள்
நிறைந்த
நேற்றைய
மரணம்
நாளை
நமக்கும் வரலாம் ;

பிரகாசிக்கும்
பொழுதுகளில்
போதுமானதாய்
இல்லை
இந்த வாழ்க்கை :

இல்லை
இன்னும் கொஞ்சம்
இதில் எதை
தரக் கூடும்
இந்த வாழ்க்கை

தன்
தவறு களெல்லாம்
தன்னுடையதென
எத்தனை
முகங்கள்
நிறைவேற்றிக்கொள்ளும் :

சூரியன்
ஓய்ந்திருந்த
நாளொன்றில்
இதுவரை
போதுமென்று
ஏற்றதில்லை
எவரும் இந்த வாழ்க்கையை ;

சற்று
தூங்கும்
இரவில்
வரும் தைரியங்கள்
விடிகிற பொழுதில்
பதறி
வலிமையாய்
மாறிவிடுகிறது !

நடமாடித் திரியும்
சில
எளிய
மனிதர்களை
நீண்ட தூர
பயணத்திலும்
ஆபூர்வமாகத்தான்
இருக்கிறது
காண்பதற்கு :

சிறகு விரித்து
பயணிக்கும்
ஒரு
உயிரினத்தின்
வாழ்வதனையைக்கூட
எட்ட முடியாமலே தான்
ஒப்புக் கொள்கிறது
யாருடைய
ஆட்காட்டி
விரலுக்காக
காத்திருக்கும் இந்த
வாழ்க்கை !

வந்து
சேராமல் போன
பதில்களும் ,
சொல்ல
முடியாமல் போன
பகிர்தல்களும் ,
உத்தரவாதங்களின்றி
போய் விடுகிறது
வருத்தங்களோடு ;

தனக்கென்று
வாழக் கூடும்
ஒரு வாழ்க்கை
தன்னை வந்து
சேர்வதற்கில்லை ;

திணித்துக்
கொண்டுதான்
நகர்கிறது
காலம் ;
சேரும்
இடம்
போகும் வரை ;

எத்தனையோ
முகங்களை
கடந்த
பின்னும்
ஏன் என்று கேட்காத
நாட்களுடனும்
இன்றைய
நாட்கள் வரை
நகர்கிறது
தன் வருத்தங்களும்,
தவிப்புகளோடும்
இருப்பதற்கு
என்னவெல்லாம்
இருந்த போதும் ,
உடல் இழந்த போது
உடன் போக எவரேனும்
இல்லாமலா
தொடர்கிறது
மறுநாள்
பொழுது !

பெரும்பாலான
வெளிப்பாடுகள்
கடுமையாக இருந்தாலும்
தனக்குள்ளே
யாசிப்பதாக
கூடுவது தான்
இந்த இனம் !

இந்த
வாழ்க்கை
மட்டுமல்ல
இந்த எழுத்தின்
மொழிகளையும்
கூட

முழுமையின்றி
அடைபடாமலே
விடுபட்டு விடுகிறது :

என்றைக்கேனும்
சற்று
கனத்துடன்
தன்
இருப்பிடம்
செல்ல
இந்த உடல்கள் :

வருந்தங்கள்

●●●

" முடிந்து விட்டதாக
ஊர் சொல்லும்
உன் கடைசி
மூச்சை
ஏற்றுக்கொள்ள
முடியவில்லை
தேடல்கள்
நிறைந்த
உலகத்தில்
உன்னை
நான்
அறிவேன் "..

ஒவ்வொரு
நாட்களையும்
எதிர் கொண்ட
முகங்களிடம்
நினைவுக் கொண்டு
அழைகிறேன் ;
பழகிய
மொழிகளோடு
தெரு தெருவாக
கலங்கிய
விழிகளோடு !

இந்த இரவிலும்
தடயங்களோடு
கிளரிக்
-கொண்டிருக்கிறது
உன் ஞாபகம்

நீயில்லாத
என் நிகழ்வுகள்
வேறெந்த
பொழுதுகளையும்
விட
சற்று கனத்துடன் தான்
வந்தடைகிறது !

மாறி மாறி
தொடங்கும்
இந்த
வாழ்வெல்லைக்குள்
பிரிவின்
அடையாளங்கள்
சாத்தியமற்று
போய்விட்டது
அகற்றுவதை :

எனக்கு
முன்பாக
நீளும்
என் சாலையில்
எடுத்துப் போக
விட்டுச் செல்ல
முடியாத
நளினமாய்
படர்ந்திருக்கிறது ;
மௌனமாய்
தொடரும்
உன் ஞாபகம் ;

அழுத வேளையில்
மிச்சமிருப்பது
இவை
மட்டும் தானே !

மிக நெருங்கி
நிகழும்
சந்திப்புகளில்
ஒரு நாளும்
உன்னைப் போல்
துணிவோடு
வந்ததில்லை ..
எவரும்
என்னிடம் ;

உன்
செயல்பாடுகளை
சொல்லாமல்
முடிவடைவதற்கில்லை
உனக்கான
கேள்விகளில்
நீயில்லாத
பொழுதுகளை
ஓரிடம்
தேடிப்போக
நீயில்லை ;

" உன்
மரணச்செய்தி
வந்தடைந்தவுடன்
அது பொய்யென்று
மறு செய்தி
வந்தடைந்து விடாதா ?
என்ற எண்ணங்கள்
சென்ற தூரம்
இது வரை
என்னைத் தவிர
யாரும் அறியாதது ! "

தவிப்புகளை
மட்டும்
தந்து போன
இந்தப் பொழுதிலும்
இனி
யாருக்காக
வருகிறது
" இரக்கம் "
என்ற சொல் !

உருமாறிக்
கொண்டிருக்கும்
பொழுதுகளில்
உன்
ஞாபகங்களை
நினைவிலேற்றிக்
கொள்வதென்பதை
தவிர
வேறொன்றும்
இயலவில்லை..

வெகு சீக்கிரமாக
ஓடி மறைந்த
இந்த
காலத்தின்
சித்திரத்தை
கேள்வி கேட்க
முயல்கின்ற
எவரிடமும்
நான் சொல்ல
நினைப்பதென்னவோ
வருத்தங்களை
மட்டும்தானே!

இப்போதும்

●●●

" எப்போதும்
தனித்திருப்பதற்க்கில்லை
எதையோ
எதிர்பார்த்து
கனக்க வைக்கிறது.
இந்த
வாழ்க்கை !"

நிருபணம்

●●●

" ஒன்றுமே
இல்லையென்று
என்னை
ஒதுக்கி விட்டாலும்
உ(ன்)ங்கள்
தேடலில்
ஒன்று - நிச்சயமாக
நானாக
இருக்கக் கூடும் !"

www.ingramcontent.com/pod-product-compliance
Lightning Source LLC
LaVergne TN
LVHW042305051026
849519LV00012B/2720
9789355336408